வண்ணத்துப்பூச்சிகள்

அருணாச்சலம் மா

இப்பூமியில் இவ்வளவு
தேசங்கள் இருந்தும் நீ
தேவதைகளின் தேசத்தை
தேர்வு செய்ததேன்..???

என்றும் எங்கள் நீங்கா நினைவில்....

"மனோஜ்குமார்"

பொருளடக்கம்

அணிந்துரை

புகைபிடிப்பது ஒரு பெருங்குற்றம்...
புகைபிடிப்பது ஒரு பாவச்செயல்...
மது அருந்துதல் ஒரு மனிதநேயமற்றசெயல்....

எந்த ஒரு நிகழ்வுகளும் உங்கள் மனதிற்கு தவறென்று
தெரிந்தால்,அந்த தவறை நீங்களும் செய்யாதீர்,உங்களுக்கு
வேண்டியவர்களையும் செய்ய அனுமதிக்காதீர்கள்...
இல்லையெனில் இழப்பு பெரிதாக இருக்கும்....

நன்றி

தங்களின் பொன்போன்ற
நேரங்களை என் உழைப்பிற்கு
செலவு செய்து புத்தகம் உள்ளே
செல்லவிருக்கும் அனைத்து
நல் உள்ளங்களுக்கும் என் நெஞ்சார்ந்த நன்றிகள்..

முகவுரை

அத்தியாயம்1

நெடுந்தூரம்
கடந்தும்
உன்
நினைவினை
சுமந்து....
என்னை
மோதிச்செல்கிறது
இளம் தென்றல்!!!

பூவிதழில்
தொக்கியிருக்கும்
மதுவை
எடுக்கும் தேனீ
போலே
எடுத்துச்செல்வேன்
உன்
அன்பினை???
என் வாழ்க்கை
பூந்தோட்டத்தில்
செடியாக
வளர்ந்தேன்!
நீரின்றி
வாடும் வேளையில்...
காதல் பருவமழை
பொழிந்து

செழிப்பாய் வளர்ந்தேன்!!
வண்ண பூக்களும் கொடுத்தேன்!!
பருவமழை நின்றது...
பூக்கள் உதிர்ந்து
மீண்டும்
வாடினேன் !!!
அன்பிற்கு
ஏமாற்றம்
செய்து,
நட்பிற்கு
துரோகம்
செய்து,
எல்லாரிடத்தும் பொய்யாய்
வாழும்
வாழ்க்கை (காதல்)
நீ
இல்லாவிடினும்
உன்
நினைவுகள் எனக்கு
உயிரூட்டும்..
எத்தனை யுகம்
கடந்தாலும்
என்
முதல் மற்றும் கடைசி
ஏவாள் நீ...
உன்னை
முழுமையாய் மறந்துவிட்டேன்
என வாழ்ந்தேன்....
உன்னை

கண்ட மறுகனமே
நம் நினைவுகள்
என்னை இயக்கின!.
அக்கணமே உணர்ந்தேன்...
நீ என்னை விட்டு
விலகவில்லை என்று!!
காயங்கள்
காதலால் ஆறும்....
காதலால்
வரும் காயம்
எதனால் ஆறும்..??
வாழ்க்கை
அழுவத்தில்
காதல் என்ற
மீனைத்தேடி
தோணியில்
சென்றேன்!!
கரை ஒதுங்கிய
தோணி
ஆழிப்பேரலையால்
அழுவத்தில்
மூழ்கி,
அக்காதல் மீனே
என்னை
விழுங்கியது??....
நீ என்னுடன்
இருக்கும்வரை
ஆயிரம் யானைகளை
எதிர்க்கும் அளவிற்கு

தைரியம் வருகிறது,
விலகிச் செல்லும்
அத்தருணம்
எறும்பிடம் கூட
தோற்றுப்போகிறேன் !!!
அன்பே
நிஜத்தினில்
வெறுக்கின்றாய்
கணவினில் நேசிக்கின்றாய்!!!
உன்னை மறக்கும் போதெல்லாம்
உன் நினைவு
என்னை மறக்க செய்தது
உன்னுடன்
கணவில் வாழ்ந்து ....
என் வாழ்க்கை
கனவாகிப்போனது....
காதல்
என்ற பொக்கிஷம்
நாம் தேடினால்
கிடைக்கக்கூடியதல்ல?
அதுவே
நம்மைத் தேடி
வரும்!!!
என் வாழ்வில்
காதல் என்ற
பெருங்கடலில்
விழுந்தேன்!
இன்பம் துன்பம்
கலந்த சிறு சிறு

அலைகள் என்னை
மூழ்கடித்தன!!
பிரிவு என்ற
ஆழிப்பேரலையால்
ஆழ்கடலில்
மிதக்கும்
படகு போன்றே
என்
காதலும் தத்தளித்தது...
சிப்பிகள் போல்
காதலும்
திறந்து மூடியது !!!
உன்
இமைகளில் தூசி
விழுந்ததென்று
கலங்குகின்றாய்?
உன்
கண்ணீர்த் துளிகள்
முத்தாய்
மாறிவிடுமென்பதை
அறியாமலே??
உன் கண்களோ
பூங்காற்று!
என்னை
பார்த்து....
காதல் காற்றாய்
வீசினாய்....
உன் சிரிப்பு
இடியாகி மழையை

தந்தது....
உன் கோபம்
வளிமேகம்
பிளக்கும் மின்னல்
போன்றது.....
உன் மௌனமோ
தேன் காற்றை
புயலாய் மாற்றியது...!!!
உன்னுடன் வாழ
எனக்கு பாக்யமில்லை ....
என்றாலும்...
வாழ்கிறேன் உன்னுடன் ..
அந்த ஆறு மணிநேர
கனவுலகில் !!!
மனதின்
குப்பைகளை
கொட்டுவதற்கு
இடமில்லையெனில்
வாழ்க்கை
துர்நாற்றமாகிவிடும் ??
கண்கலங்க
நேரமும் இல்லை !!!
கலங்கினால்
துடைக்க ஒரு
நாதியுமில்லை!?
உன்
அருமையறிந்த எவரும்
உன்னை
காயப்படுத்தமாட்டார்கள் !!

கோபபடுத்தமாட்டார்கள் !!
விட்டுச்செல்லமாட்டார்கள் !!
உன் விழிகள்
ஆகாயத்து
விண்மீன்கள்
போல் ஒளிர்கின்றன!!!
விண்மீனை காண
ஞாயிறை இழந்தேன்!!
திங்கள் வரும் கனமே
என் விழிக்கு
விருந்து !!
தொலைந்து
போய்விட்டதென
வருந்தாதே??
நீ தேட வேண்டும்
என்பதற்காகவே
தொலைகின்றது !!!
இருளினில்
நடந்து செல்கையில்
ஏனோ என்னை
பின் தொடர்வதை
உணர்ந்தேன்!!
என் நிழல் அல்ல
உன் நினைவுகள்!!
இப்படிக்கு
உந்தன் நிழல்!!!
இவ்வுலகில்
கலப்படமில்லா ஒன்று
ஏதுமறியா

மழலையின் புன்னகை!!
உன் முகத்தினில்
கண்டேன் அதை ...!!
நான் திங்கள்
நீ ஞாயிறு என
நான் நினைக்க
நீயோ என்னை
வெகுதொலைவிலுள்ள
விண்மீன் என
கருதிவிட்டாய் !!
நானுமொரு
ஞாயிறு என்பதை
அறிவாயோ நீ..
அன்பை
பிறரிடம் அதிகமாக
காட்டுவதை விட,
உன்னிடம் காட்டு!!
உன்னை கண்ட
அந்நாள்!!
மழலை போன்ற
உன் எதார்த்தை
ரசித்தேன்!!
உன்னிடம் உரையாட
மனம் துடித்தும்....
ஏதோ என்னை
தடுக்கும்!!
விண்மீன் கூட்டம்
நடுவே
முழுமதியாய்

ஒளிர்ந்தாய்!..
நீயாய தோன்றி,
நீயாக மறைந்தாய்
யாருக்காகவும்
உன்னை வருத்திக்
கொள்ளாதே!!
உனக்காக
யாரையும் வருந்தச்
செய்யாதே!!!

2. உழைப்பு

உணவைத் தருபவன்
விவசாயி..
உடையைத் தருபவன்
நெசவாளி..
நம் வேலைகளை
நிறைவு செய்பவன்
உழைப்பாளி!!..
சாதி
மதம்
இனம்,மொழி
என்று சிதரிக்கிடக்கும்
நம்மை
ஒன்றிணைப்பது
உழைப்பு ஒன்றே!!
விவசாயி இல்லையேல்
பணமே உணவு!!
நெசவாளி இல்லையேல்
உலகே ஆதிவாசி!!!
வீடுகட்டுபவன் இல்லையேல்
முதலாளியும் நடுத்தெருவில்!!
துப்புரவாளர் இல்லையேல்
உலகே குப்பைமேடு!!..

3. நம்பிக்கை

காத்திரு
காதலுக்காக அல்ல...
காலத்திற்காக
உனக்கென காலம்
மாறும்....
அக்கணம் எதையும்
வெல்வாய் நீ....
உந்தன் வலிகள் எல்லாம்
நிச்சயம் ஓர் நாள்
வழிகளாகும்.....
அப்பொழுது வலிகள்
அல்லாத வழிகளில்
பயணம் செய்.......
நீ போகும்
வழித்தடம் எப்படி
வேண்டுமானாலும்
இருக்கலாம் ..
ஆனால் உன்
இலக்கு மாறக்கூடாது..
உன்னால்
முடிந்த அளவிற்கு
முயற்சி செய்யாதே...
உன்னால் இலக்கு
முடியும் வரை
முயற்சி செய்..

எளிதில்
கிடைப்பதை சற்று
யோசித்து பெறு...
எது கிடைக்காமல்
போகின்றதை
போராடி பெறு!!
இலட்சங்களுக்காக ஓடும்
குதிரையை விட
இலட்சியத்துக்காக ஓடும்
குதிரையே இலக்கை
அடையும்..
நீ விதைபோல்
இரு..
அது எங்கு
விதைத்தாலும்
விருட்சமாய்
வளரும்...!!!
அவமானங்களை
சேர்த்து வை - அது
ஆக்கப்பூர்வமாக சிந்திக்கச்
செய்யும்...
ஏமாற்றங்களை
சேர்த்து வை - அது
ஏணி போல்
உதவும்...
துரோகங்களை
சேர்த்து வை - அது
தெளிவோடிருக்கச்
செய்யும்...

தோல்விகளை
சேர்த்து வை - அது
தோள்கொடுக்கும்
தோழனாகும்...
இறுதியாய் , வெற்றிகளையும்
சேர்த்து வை - அது
வாழ்வின் வெற்றிடத்தை
நிரப்பிக்கொண்டே
வரும்...
வெற்றி
தோல்வி,
யாருக்கும் உரித்தானதல்ல..
உன் முயற்சியைவிட
ஒருவன் மிஞ்சுகிறான் என்றால்
வாகை அவனிடம்!!.
தோல்விகள்
கற்பித்த பாடங்களே
உன்னை வெற்றிச்
சிகரத்திற்கு தூக்கிச்
செல்லும்....
தோல்விகளும்
துரோகங்களும்
அவமானங்களும்
கற்கள் போன்றது..
எவ்வளவிற்கதிகமாய்
உன்னிடம் உள்ளதோ
மாபெறும் கோட்டையே
கட்டலாம்.!!.
இக்கற்களை கண்டு

அஞ்சினால் சிறு
கல்லறைக் கூட
கட்ட முடியாது…!
உன்னால்
பறக்கமுடிந்தால்
பறந்துச்செல்…
யாருக்காகவும்
கூண்டுப்பறவையாகாதே..
வலியில்
தவழும்போது
வழியில்லாது
போலுணர்வாய்!!
வளியால் உன்
தேகம் சிலிர்க்க..
வழியைக் தேடி
நீயே செல்!!..
விழிமூடும் முன்
வலியில்லா வழியை
அடைந்து விடு!!!
விதைத்து, …முளைத்து,…
வளர்ந்து, ….போராடி,….
பூவாகி…..காயாகி….கனியாகி….
காய்ந்து …..மீண்டும்
பூமியில் வீழ்வது
விதையின் இயல்பு …!!
வீழ்வதே
எழுவதற்கு தானே…!!
காகம் கரைந்தாலும்..
சேவல் கொக்கரிப்பினாலும்..

ஞாயிறு வருவதினாலும்..
விடிவது
விடியல் அல்ல!!!
உன் வாழ்வில் நீ..
எழுந்திருக்கும் வரை
உண்மையான
விடியலும் உனக்கில்லை!!!
விடுதலையும் உனக்கில்லை!!!
காற்றுக்கு
திசையில்லை ...
மின்னலுக்கு
பாதையில்லை...
காட்டாறுக்கு
தடையேதுமில்லை...
வானிற்கு
எல்கையில்லை..
இப்பூமிக்கு வறட்சி
புதுமையில்லை....
உன் நம்பிக்கை
இதைவிட உயர்வானது!!!.
தந்தை நம்பிக்கை...
தாயின் ஆசி...
நல்நண்பன் துணை...
நல்ஆசான் வழிநடத்தல்
இருந்தால்
இப்பிரபஞ்சத்தையே
வெல்லலாம்!!!
நீர் வற்றிய
குளத்தினில்

கமலத்தின் விதை
மட்டும் மண்ணுள்
வீழ்கிறது....
நீர் நிரம்பியதும்
விருட்சமாய் மலரும்
அக்கமலம்!!!!
கைரேகை பார்த்து
எதிர்காலம் தீர்மானிக்கும்
புத்திசாலி மானுடரே
உன் நம்பிக்கை
ரேகையின் எதிர்காலம்
அறிவாயோ!!!
உன் களத்தை
நீயே தேர்வு செய்!!!
களம் கண்டப்பின்
பின்வாங்காதே...
நீ செய்வது
அறப்போராகவே
இருக்கட்டும்!!!
அது உன்
வாழ்வினை செம்மைப்படுத்தும்....
உண்மை உன்னருகே
உள்ளவரை உன்னை
வெல்லும் வீரன்
இவ்வுலகிலில்லை!!!
நீ
காயப்படும் போதும்,
துவண்டுபோன போதும்...
சிலர் நலம் வினவுவர்!!!

சிலர் நழுவிச் செல்வர்!!!
ஆனால்,
உன் மனம்...
சொல்லும் ஆறுதல்,
தந்த வீரம்,
கொடுக்கும் நம்பிக்கை,
உன்னை சிகரத்திற்கே
தூக்கிச் செல்லும்!!!
உன் வாழ்க்கையை
உனக்கு வழிகாட்டி??
உன் வாழ்வின்
ஒவ்வொரு
மணித்துளிகளும்
உனக்கு புதியதொரு
அனுபவங்களை கற்றுதரும்..
கலங்காதே!!!
கற்றுக்கொள்..
தெளிவுபெறு....!!!
நாட்கள் மாறலாம்
மாதங்கள்,வருடங்கள்
எல்லாம் மாறலாம்..
ஆனால் எக்கணமும்
உன் கனவு,
லட்சியம்,கொள்கை
மூன்றையும் நினைவில்
வைத்துக்கொள்..
வெற்றி பாதையை
நோக்கியே
அடியெடுத்து வை....

எவனொருவன் தன்னை
முழுவதுமாக
ஆராய்ச்சி செய்து
சரிபடுத்துகிறானோ..
அவனே
உலகின் மிகப்பெரிய
ஆராய்ச்சியாளன்..!!
இவ்வுலகில் எதன்மீதாவது
அளவுகடந்த நம்பிக்கை
வைக்கிறாய் என்றால்
அது உன் தன்னம்பிக்கையாக
மட்டும் இருக்கட்டும்.....
உன் லட்சியத்தை
அடைய வேண்டுமென்றால்
வாழ்வில் பல
தியாகங்கள்
செய்ய வேண்டும்...
இலக்கு
எல்லையற்று
இருந்தால் தான்
நெடுந்தூரம்
பயணிக்க முடியும்!!
எவனொருவன்
நம்பிக்கைக்குரிய
மனிதர்களை
சம்பாதிக்கிறானோ!!
அவனுக்கு இமயம் கூட
குன்று போல....
உன் வாழ்வில்

எத்துனை
துன்பங்கள்
வரினும்,
நேர்மை தவறாமல்,
கொண்ட நெறி
மாறாமல்
ஆகாயத்து
விண்மீன் போலே
மின்னிக்கொண்டே இரு!!!
உன் வாழ்க்கை
போர்க்களத்தில்
இறுதி ஆயுதம்
உண்டென்றால்
அது
உன் நம்பிக்கை
மட்டுமே.....
பஞ்ச பூதங்களின்
துணை இருந்தால்
உன்னை வெல்ல
இவ்வுலகில்
எவருமில்லை!!!
கடவுள்
எனக்கு
பணம் கொடுக்கவில்லை!!!
நல்ல தோழர் கொடுக்கவில்லை!!!
பிதாவின் அன்பை கொடுக்கவில்லை!!!
நிம்மதியான வாழ்வை கொடுக்கவில்லை!!!
ஆனால்??
உலகை வெல்லும்

அளவிற்கு
தன்னம்பிக்கை கொடுத்திருக்கிறார்!!!
துன்பங்களுக்கும்
துயரங்களுக்கும்
நடுவே அமைதியாய்
நம்பிக்கை எரிமலையாக
இரு!!!
நீ போகும்
வழித்தடம் எப்படி
வேண்டுமானாலும்
இருக்கலாம்
ஆனால் உன்
இலக்கு மாறக்கூடாது....
நம்பிக்கை,
துணிச்சல் ,
பொறுமை,
நிதானம் - இவை
உன்னிடமிருந்தால்
யாராலும் உன்னை
வெல்ல முடியாது...!!!!

4. புரட்சி

இருக்கின்றவன்
இல்லாதவனை
என்ன வேண்டுமொனாலும்
செய்யலாம் என்று
நினைத்தால் இல்லாதவன்
ஒன்றாகினால்
இருப்பவன் இல்லாமல்
போய்விடுவான்....
இங்கு
சுதந்திரமென்பது
எத்தண்டனையுமின்றி
ஒரு பெண்ணை
பலவந்தப்படுத்துவதே!!!
எத்தனை
பொறியியல் கல்லூரிகள் ???
எத்தனை
தேசிய தொழில்நுட்ப கழகங்கள்??
இருந்தும்
ஆழ்துளை கிணற்றில்
விழுந்த அச்சிறுவனை
மீட்கவும்,
ஆழ்கடலில் தத்தளிக்கும்
மீனவனை
மீட்கவும், ஒரு
பொறியாளர் கூட இல்லை!!"

இப்பிரபஞ்சத்தில்

எல்லாம் - மாயை...

அதில் நாம்

ஒரு - வெளிச்சம் ...

நாம் காணும்

எல்லாம் - காணல் நீரே...

இதில் எது

உன்னுடையது???

நான்

பலவந்தப்படுத்தப்பட்டேன் - அவனை

விடுதலை செய்தார்கள்!!!

என் நிலம் ஆக்கிரமிப்பை

தடுத்தேன் - உனக்கேன்

நிலம் என்றார்கள்!!

சுவாசிக்க முடியவில்லை

என்றேன் - தோட்டாக்கள்

உடலைத் துளைத்தது!!!

நேரம் கடந்தும் வணிகம்

செய்தேன் - என்னை

அடித்தே கொன்றார்கள்!!

படிக்க முடியவில்லையென்றேன்

ஏமாற்றிக் கொன்றனர்!!!

என் வாகனத்தில்

சென்றேன் - விளம்பரப்பலகை

வைத்துக் கொன்றனர்!!!

நியாயமாக விசாரணை

செய்தேன் - தற்கொலை செய்ய

தூண்டினார்கள் !!!

ஏதுமறியா என்னை

குற்றவாளி என்றார்கள்!!!
சிறைச்சாலையில் கொலையும்
செய்தார்கள் !!!
இதையெல்லாம் ஏன் என்று
கேட்டவனை...
தீவிரவாதி என்றார்கள்!!!...
ஒருவேளை
உணவிற்காக
கையேந்தும்
மானிடர்கள்
வாழும் நாட்டில்
சுதந்திர தினமொன்று
கிடையாது!!!
அது நாட்டின்
கருப்பு நாள்!!!
இவ்வுலகிற்கே
பொதுவான எதிரி
பசி – இதை
அழிப்பவனே
தலைசிறந்த தலைவன்!!!
காதலையும்
காதலர்களையும்
வெறுக்கும் ஊர்
நடுவே – ஓர்
புத்த மரம்!!!
அம்மரமோ,
எண்ணனற்ற
உயிர்களின்
காதல் வாழ்க்கைக்கு

தொடக்கம்??
அம்மரம்
அஞ்சியது
என்னையும்
வெட்டிவிடுவார்களோவென்று???
ஒருவனை
தீண்டாமையென ஒதுக்கும்
தீண்டத்தகாதவர்களே !!...
உங்களையும்
ஒருவன்
தீண்டத்தகாதவர்களாகவே
பார்க்கின்றான் !!!
சாதியில்லா
ஊர்நடுவே
விவசாயி ஒருவர்
தன்நிலம் முழுவதும்
ஓரின
விதை விதைத்து
பல்லாண்டு வளர்த்தார்!!
அதன்நடுவினிலே
வேற்றின மரம்
இருப்பதையறிந்த
ஊர்மக்கள் - அதை
வெட்டியெறிந்தனர்???
சாதத்திற்கு(தமிழ்)
பதில்
ரொட்டியை (ஹிந்தி)
வாயில்
திணிக்காதீர்கள்!!!

வடநாட்டு ரொட்டியை விட
தென்னாட்டுத் தானியங்களே
மேல் !!....
மரம் பொதுவானது,
கனிகளும் பொதுவானது,
அம்மரத்தை வளர்க்கும்
விவசாயி - வேற்றினம் !!
கனிகள் விற்பவன் - வேற்றினம் !!!
அம்மரத்தில் நாற்காலி
செய்தவன் - வேற்றினம் !!
இதன் பயனை
அனுபவிப்பவன் உயர்ந்தவனாகிறான் ??
வேற்றுமையை
விதையாய் - விதைத்து
பகையை
நீராய் - ஊற்றி
வன்மத்தை
உரமாய் - இட்டு
அன்பு என்ற
களையை - பறித்து
பயிர்களை வளர்ப்பது
மானுடப்பிறவி !!!
தீண்டாமை
தீண்டாமை
தீண்டாமையெனச்
சொல்லித்திரியும் யோகிகளே ???
அவன் தரும்
உணவு - தீண்டாமையில்லை..
அவன் நெய்யும்

ஆடை - தீண்டாமையில்லை..
அவன் கட்டும்
வீடு - தீண்டாமையில்லை..
அவன் பெண்ணை பலாத்காரம்
செய்யும்போது - தீண்டாமையில்லை..
வேறெங்கு தீண்டாமை
கண்டாய் மகா
யோகிகளே??.....
காடு, மலைகள்
ஆறு, குளம்
வனவிலங்கு, சுற்றுச்சூழல்
இதை பாதுகாப்பது
குடிமகனின் கடமை
என்கிறது - அரசியலமைப்பு...
இதை அழித்து
தனியார் முதலாளிகளுக்கு
கொடுப்பது என்கடமை
என்கிறது - அரசு....
மூன்று கூலி
உயர்த்திக் கேட்டதற்கு
விரட்டி அடித்தனர்
எரித்து கொன்றான் - வெள்ளையன் அரசு..
தம் உரிமைகளை
கேட்டால்
அடித்துக்கொள்ளும் - சுதந்திர அரசு ....
விவசாயிகளுக்கு ஆதரவாய்,
காந்தியடிகள் செய்தது - அறப்போராட்டம்...
அதை நாம்
செய்தால் - ஆர்ப்பாட்டம்...

தொழிலாளர்களுக்கு ஆதரவாக
வ.உ.சி செய்தால் - தியாகப்போராட்டம் ...
அதை நாம்
செய்தால் - தேசத்துரோகி..
தம் உரிமைக்காக
பகத்சிங் பாராளுமன்றத்திலே
குண்டு வீசலாம்....
நம் உரிமையை
கேட்டால் தோட்டாக்கள்
உடலைத் துளைக்கும் - சுதந்திர அரசு...
விழித்திரு மானிடா....
இன்று உன்னருகே நடப்பது...!!
நாளை உனக்கும் நடக்கும் ..!!!
மொழியை வைத்து
பிருத்தாளுபவர்களே ???
காற்றின் மொழியை
பிரித்தாள முடியுமா..??
ஓடும் நதியின் மொழியை
பிரித்தாள முடியுமா..??
கூவும் குயிலின் மொழியை
பிரித்தாள முடியுமா..??
கடல் அலையின் மொழியை
பிரித்தாள முடியுமா..???
இல்லாத ஒன்றனுக்காய்
இல்லாத மானுடரை
அழிக்காதே ..!!!
தென் முனையானாலும்
வட முனையானாலும் - சரி
நிலைமை ஒன்றுதான்...

தாண்டினால் உயிர்பலி
மட்டுமே!!!
அங்கு போர் ..
இங்கு போராட்டம்!!!...
வீர தீரத்துடன்
போர் செய்த
இத்தமிழ் மண்ணில்
மாபெரும் மன்னனும்
வீரத்தளபதிகளும்
வீழ்ந்தது
குடுமிகளாளே!!!!...
நாட்டின்
கீழ்க்குடிமகனானாலும், சரி...
மேழ்க்குடிமகனானாலும் ,சரி...
ஏன் , மன்னனானாலும் சரி....
அனைவரையும் ஆள்வது
ஆரிய குடுமிகளே?.....
கீழ்சாதிக்காரன்
தண்ணீர் குடித்ததற்காக...
கேணியையும்,
அவனையும்
ஒதுக்கும் மானுடரே ??...
அதே மக்களால்
உருவாக்கப்பட்ட
குளத்தின் நீர் ஆவியாகி
மழையை தரும்!!...
அம்மழையை
உங்களால்
ஒதுக்கமுடியுமா..!!!

வகைவகையான
உணவு உண்கின்றோம் - இதை
படைத்த விவசாயி - பட்டினியால்
பரிதவிக்கிறான்.....
வண்ணமான ஆடை
அணிகின்றோம் - இதை
படைத்த நெசவாளி - ஒட்டுத்
துணியை அணிகின்றான்...
மாடமாளிகையில்
வாழ்கின்றோம் - இதை
கட்டட தொழிலாளியோ
தெருக்கோடியில்....
மனித வாழ்க்கை..????
குளிர்பானம் வேண்டும்
மதுபானம் வேண்டும் - ஆனால்
குடிதண்ணீர் வேண்டாம்..!!!!
கொலைகாரன்,கொல்லைக்காரன்
நிரபராதி - ஆனால்
விவசாயத்திற்கும்,தம் உரிமைக்காகவும்
போராடுபவன் - குற்றவாளி....
விவசாயம் நாட்டின்
முதுகெலும்பென்றால்....
நீர்நிலைகள் நாட்டின்
செங்குருதிகள்....
இவை இரண்டுமே
வேண்டாம் - இவைகளை
அழிக்கும்
வியாபாரமும்,வியாபாரியும்
வேண்டும்...!!!

5. இயற்கை

ஓரறிவுள்ள

புற்களும், மரங்களும் - கூட

தன்னுயிரை பிற உயிர்களுக்கு

தியாகம் செய்கிறது.....

ஈரறிவுள்ள

தரளங்களும் , பணிலங்களும்

விலைமதிப்பாகிறது.....

மூவறிவுள்ள

எறும்புகள் - கூட

நிற்காமல் பயணிக்கிறது....

நான்கறிவுள்ள

நண்டுகள் - கூட

தன் வாழ்விற்காக

போராடுகிறது....

ஐந்தறிவுள்ள

பறவைகள், விலங்குகள் - கூட

பண்புடன் வாழ்கிறது....

ஆறறிவுள்ள

மனித உயிர்கள் - இவை

ஐந்தனையும் அழித்து

தான் மட்டும் வாழ

நினைக்கிறது...!!!

இந்தக் காட்டில்

எந்தமரம்

எனக்கு - உயிர்வளி

தருகிறதோ
மலையைப் பிளந்து
உருண்டோடும் - நதியே...!!
சீறிப்பாயும் உன்
வருகைக்காக
காத்திருப்பவர் பலர்.....
தவமிருப்பவர் சிலர்....
உன்னை மட்டுமே
நம்பி
வாழ்பவர் பலர்....
உன்னை கட்டித்தழுவி
நீராடுபவர் சிலர்.....
உன் வருகை
பொய்ப்பால்
வாடுபவர் பலர்......
நீயோ விரைவாய் சர்
சென்று கடலினுள்
சேர்ந்தேன் ....!!!
இதமான
மழைத்துளிகள் விழ....
தொங்கும் கூட்டினுள்
பறந்து செல்லும்
குருவிகள்..!!!!
இம்மழைச்சாரலையும்
மழைக்குருவிகளையும்
கான - வேறு
தேசம் கடந்து
விழிகள் வாங்கி
வந்தேன்...!!!!

இனிய
மலரே.....
உன் புன்னகை
மலர்ச்சிக்கு
விலையுண்டோ
இவ்வுலகில்...???
சுட்டெரிக்கும்
செங்கதிரே..!!!
உன் புன்னகையை – கான
கடல் கடந்தும்
வருவேன்..!!!
தரிசனம் தருவாயா..??
மலையினில் தவழ்ந்து....
பாறையில் உருண்டு....
அணையில் தேங்கி....
மதகில் சீறிப்பாய்ந்து...
பசுமைப்போர்வையணிந்து
நிலத்தை செழிக்கச் செய்து...
காடு,கரையெல்லாம்
அடித்துச்சென்று...
முகத்துவாரம் வழியே
ஆழியினுள்
கலந்து விடுகிறது
செங்குருதி.....!!!!
பிறப்பின் போது அழுகின்றோம்..
இறப்பின் போது அழவைக்கிறோம்..
பின்???
நடுவில் உள்ள காலத்தில்
மட்டும் ஏன்டா

எல்லாம் உன்னுடையது
என்று பிறரை வருத்துகிறாய்..
நினைவில் கொள்...
இவ்வனைத்தும்...
(மண்,பொன்,பொருள்,நீ,நான் உட்பட)
இப்பூமிக்கு
சொந்தமானவர்கள்..
நாகரிகம் எனக்கருதி
குளிர்ச்சியளிக்கும்
மரங்களை அழித்து....!!!
அதே குளிர்ச்சிக்காக
செயற்கை குளிரூட்டியை
பயன்படுத்தும்
உலகமடா இது...!!
வெண்ணிற மதியே!!!
நீ - வளர்ந்தாலும்,
தேய்ந்தாலும்
எனக்கு நாட்கள் தானே!!!
உன்
அதீத ஒளியால்
ஞாயிறு வந்ததென்று
யாமத்திலும்
காக்கை கரைகின்றன..!!!
அன்னையவள் மழலைக்கு
ஏனோ,உன்
முகத்தை காட்டியல்லவா
பொம்மல் ஊட்டுகிறாள்..!!
உன் விடுப்பின் போது
பூமியிலே எத்துணை

மதிகள் வலம் வருகின்றது
மின்மினி பூச்சுகளாய்!!!
தாவரங்கள்
வேண்டாமென
வெளியேற்றும்
அசுத்தமே
மனித
உயிர்களுக்கெல்லாம்
உயிர்வளியடா...!!!

6. வாழ்க்கை

தலைமேல் உள்ள
பாரத்தைப்
போக்க - சுமக்கிறான்
தலைமேல் பாரம்...!!
தண்ணீர்..
அனைவருக்கும் சமம்..!!
உணவு..
இயன்றவரை தானம்செய்..!!!
உடை..
இல்லாதவர்களுக்கு கொடு..!!!
இருப்பிடம் - வழிப்போக்கனுக்கு.!!
இன்பம் - எல்லோரிடத்தும் பகிர்..!!!
துன்பம் - உனக்குள்ளே வை !!!
உன்
ஆடம்பர
வாழ்க்கைக்காக
பல குடும்பங்கள்
தன்
வாழ்க்கையை
தியாகம் செய்கிறது...!!

7. உண்மை

லட்சியம் - உன்னை
மேம்படுத்தும்....
அலட்சியம் - உன்னையும்,
பிறரையும் பாதிக்கும்....
உண்மையான
சொர்க்கம் இவ்வுலகில்
உண்டென்றால் - அது
மனதிற்கு பிடித்தவர்களிடம்
உண்மையாக வாழ்வது தான்...!!!
வாழ்க்கையில்
நன்றாகப் படித்தால்
நன்றாக இருப்பாய்
எனக்கூறி - குழந்தைகளை
வளர்க்காதீர்..??
நல்லதை கற்றால்
வாழ்வில்
உயரத்திற்குச் செல்வாய்
எனக்கூறி - வளருங்கள்..!!!
ஒருவன்
உயிர்நீத்தப்பின் - அவன்
உறவுகள் கண்ணீர்
சித்தினால் அவனொரு
சராசரி மனிதன்.....
நாட்டின்
இராணுவம் கண்ணீர்

சித்தினால் - அவன்
சிறந்த வீரன்...
பல மில்லியன்
சாதாரண மக்கள்
கண்ணீர் சிந்தினால் - அவனே
தலைசிறந்த தலைவன்..!!!
தெருவோரம்
கண்டேன் நாய்க்குட்டியொன்றை...!!
பசியில் ஓடி வந்து
காலைச் சுற்றியது...
பசியால் வாடுவது
உடல் மட்டுமே..
உள்ளம் இல்லை...
இவ்வுலகில்
சாகாவரம் பெற்றது.!!
வலியும்
வழியும்
மட்டுமே...!!!
சாலையோரம்
செல்கையில்...
விலையுயர்ந்த வாகனத்தில்
நூறில் (100) பறந்துச்சென்று - பின்
நூற்றியெட்டில்(108) மிதந்து
போனான்..!!
நீ தேடுவது - உன்னருகே
இருப்பதில்லை...
உன்னருகே இருப்பவற்றை - நீ
தேடுவதும் இல்லை...
போலியான அன்பை

தேடிச் செல்லும் - உறவுகளிடையே
உண்மையான அன்பை
காட்டுவதில் பலனில்லை..!!!
உண்மையான
அன்பிற்கு
தூரம் என்பது
தொலைவில்லை...
உண்மையான
அன்பிற்கு
பிரிவு என்பது
வலியில்லை...
உண்மையான
அன்பு கிடைத்தால்
உன்னை வெல்ல
யாருமில்லை..!!!
தன்
வாழ்வில்
போதும் - என்ற
புனிதச்சொல்லை
எவன் உணர்கிறானோ
அவனே உயர்வான
மனிதன்...
உண்மை - மண்ணுள்
புதைக்கப்பட்டாலும்
மீண்டும் சிகரமாய்
எழும்...!!
பொய்யினால் அதிக
நாள் உயிர்வாழ
முடியாது ..!!

ஒரு வஞ்சகனின்
கோபம் - சில
நல்லவர்களை அழிக்கும்...
ஆனால் - ஒரு
நல்வனின் கோபம் - பல
தலைமுறைகளையே
அழித்து விடும்..!!!
எவனொருவன் - தான்
தவறுகளை உணராமல்
நியாயப்படுத்துகிரானோ
அவன் அழிவு
அவனாலே உருவாக்கப்படும்...!!!
சந்தோஷம்
நிறைந்த ஏழை
பணத்திற்காக - உழைக்கிளறான் ..!!
பணம்
நிறைந்த முதலாளி
சந்தோஷத்திற்காக - உழைக்கின்றான்!!
வாழ்க்கையில்
அன்பான உறவு
கிடைப்பது முக்கியமல்ல ..!!
வாழ்நாள் முழுவதும்
அன்பாக இருப்பதே
முக்கியம்..!!!
நம்முடன் வாழ்வோரை
புரிந்து கொள்வதற்கு
நம்மை நாமே
புரிந்து கொள்வது
அவசியம்..!!!

பூக்கூடையில்
பூ மட்டுமே
கொண்டு செல்ல முடியும்
என நினைத்தேன்...
அதில்
பூச்செடிகளையும்
வளர்க்கலாம்
என்பதை அன்றுதான்
உணர்ந்தேன்...!!
உணவெங்கு
கிடைக்குமென
நாடோடியாய்
அலைந்து திரிவது
பறவைகள் மட்டுமல்ல...
ஏழை மனிதனும் தான்..!!
இவ்வுலகில்
வீழ்ந்ததும்
இமைமூடும் இடம்
உண்டென்றால் - அது
தாய்மடியும்
தாரம் மடியும்
மட்டுமே..!!!
பயிற்சி பெற்ற
இராணுவவீரன்
போர்க்களத்தில் தவழ்ந்து
செல்கிறான்....!!
தன்னெதிரே கிடக்கும்
பொருளையெடுக்க
இராணுவ வீரனை விட

வேகமாக தவழ்ந்து செல்லும்
குழந்தையே..??
நீ எங்கு சென்று
பயிற்சி பெற்றார்..!!!
போட்டியிட்டு
எதிர்த்து நின்று - தான்
வாழவேண்டுமென
நினைக்கலாம்.!!!
தான் மட்டுமே
வாழவேண்டுமென
நினைத்தல் கூடாது..!!!
கல்வி கற்றவன் - வாழ்க்கையை
நோக்கிச் செல்கின்றான்...
வாழ்க்கையினை கற்றவன் - வெற்றியை
நோக்கிச் செல்கின்றான்.!!!
பெண்களையும்
வறிய நிலையிலுள்ள
மக்களையும் ..
மதிக்கக் கற்றுக்கொள்ளுங்கள்!!!
மதிக்கக் கற்றுக்கொடுங்கள் !!!
அவர்களாலே
இப்பிரபஞ்சம் இயங்குகிறது.!!!
ஓடோடி உழைக்கும்
மானுடரே.!!!
சற்று அமர்ந்து
சிந்தியுங்கள்....!!!
யாருக்காக இவ்வோட்டம் ..???
யாருக்காக இப்பணம்..???
யாருக்காக இவ்வேசம் ..???

யாருக்காக இத்துரோகம்..???
பதில் கிடைத்தால்
உன் வாழ்க்கை - ஞாயிறு
போல் ஒளிரும்..!!!
தனக்கென வாழ்பவன்
வாழ்க்கையை வாழ்கின்றான்..!!!
பிறர்க்கென வாழ்பவன்
வாழ்க்கையை அனுபவிக்கின்றான்.!!!
ஆயிரம் உறவுகள்
அருகிலிருந்தும்
ஆதரித்து அரவணைக்க
உறவேதுமில்லை ..!!!
உலகமே வேகமாக
இயங்கிக்கொண்டிருக்க..!!
நான் அங்கேயே
தேங்கி நின்றேன்..!!!
என்னை சுற்றி
அனைத்தும்
மாறிக்கொண்டிருக்க
நானோ மாறாது
நிலைத்து நின்றேன் !!!
பணம் கொடுத்து
அன்பை - வாங்குபவர்கள்
மத்தியில் - இலவசமாய்
அன்பை கொடுக்க
வாங்க ஒருவருமில்லை..!!!
நமது
வாழ்க்கை
இவ்உலகத்தோட

எந்த தேவைக்கானது..!!
மனம்
துவண்டுபோன பின்னும்...
நம்பிக்கை
தீர்ந்துபோன பின்னும்..
நான் இருக்கிறேன்..!!!
என்ற சொல்லை
கேட்டால் வையம்
முழுவதும் வெல்லலாம்!!!!
எவன் ஒருவன்
தம்மை ஒத்த
அலைநீளத்தில்
சிந்திக்கும் நட்பினை
பெற்றுள்ளானோ
அவனே இவ்வுலகை
ஆழ்வான்!!!
ஏன்
பிறந்தோம்???
ஏன்
வளர்ந்தோம்???
ஏன்
இறக்கின்றோம்????
ஆழ்மனதில்
உதித்த விடையறியா
கேள்விகள்??...
பணம்
அதிகாரம்
புத்திக்கூர்மை
இவை ..

மூன்றும் இருந்தால்

இவ்வுலகம் உன் காலடியில்....!!!

தொலைந்துபோன

ஒன்றை தேடித்தேடி

தற்போதைய உறவினை

தொலைத்து கொண்டிருக்கிறாய்..

காலம் ஒவ்வோன்றிற்கும் பதிலழிக்கும்..

அடுத்த நொடி

என்பது நிச்சயம் உன்னிடம் இல்லை....

பொன், மண் ,பெண்

இவைகளைத் தேடித்தேடி உன்

நொடிகளை தொலைக்கின்றாய்.....

நிரந்தரமில்லா வாழ்க்கையில்

யாருக்காக சேமிக்கின்றாய்....

இல்லாத உயிரருக்காக

இருக்கின்ற உயிரை மாய்த்து போக

செய்கிறாய்........

பொய்யான

வெளிச்சத்தில்

வாழ்வதைவிட

உண்மையான

இருட்டினில்

வாழ்வது மேல்...!!!

பொய்,பொறாமை.

போட்டிஏமாற்றம்..

துரோகம் – இதெல்லாம்

கொண்ட பொய்யான

மனித விசக்கிருமிகளிடம்

உயிர்வாழ்வதை விட....??

உண்மையான விசக்கிருமிகளிடம் வாழ்வதே மேல்...
இருளினில்
உள்ள அமைதி
எப்பொழுதும் இருந்துவிட்டால்
இவ்வுலகம்
அழகாய் மாறிவிடும்...!!!
பணம்...
நான் யார்
என்பதை தீர்மானிக்கிறது..!!!
நான் எந்த இடத்தில் இருக்க
வேண்டும் என்பதை தீர்மானிக்கிறது..!!!
நான் எப்படி வாழவேண்டும்
என்பதை தீர்மானிக்கிறது...!!!
நான் யாரிடம் பழக வேண்டும்
என்பதை தீர்மானிக்கிறது...!!!
தன்னம்பிக்கை உன்னுள்ளும்!!
அன்பும் ,உதவியும் - பிறரிடமும்!!
வீரத்தை களத்திலும்!!
சோகத்தை மனதிலும்!!
புன்னகை இதழிழும்!!
வெளிப்படுத்து...
எதிரியாக கூட இரு!!
துரோகியாக இருக்காதே!!!
வீரத்தினால்
வீழ்ந்த மானிடர்களை விட
துரோகத்தினால்
வீழ்ந்தவர்களே அதிகம்...!!!
உறவுகள் என்பது
வலைப்பின்னல் போல!!

கண்ணிற்கு அழகாய் தெரிந்தாலும்
ஆபத்தானது!!
அதில் சிக்கிக்கொள்ளும் உயிரனம்
போல வாழாமல்
சிறகடித்து பறந்து உலகை
ரசியுங்கள்!!!
தம்மைபற்றியும்
பிறரை பற்றியும்
அறிந்து கொள்ள
உதவும் கருவி
துன்பம்!!!
புன்னகை ஒன்றே
இவ்வுலகின் அனைத்து
சிக்கல்களுக்கும்
தீர்வு!!!
கோபத்திற்கு நா - எதிரி
இன்பத்திற்கு பெறுமை -எதிரி
துன்பத்திற்கு புன்னகை - நண்பன்
துரோகத்திற்கு தனிமை - நண்பன்
யாருக்கு யார் நண்பன்??
யார் எதிரி??
நம்முடைய தாய்,தந்தை செய்த
வேலையை,நாம் செய்யும்போதே..!!
அதன் உணர்வும்
வலியும் புரிகின்றது..
பெற்றோர்கள் உழைப்பில்
வாழும் எவருக்கும்
அவர்களை குறை
சொல்ல தகுதி இல்லை...

அவர்களின் வாழ்க்கையை
நம்மால் ஒரு நாள்
கூட வாழ முடியாது??
தோள்சாய்ந்து
அழ உறவு
தோள்சாய்ந்து
அழும் உறவு
கிடைத்த வாழ்க்கையே
சிறந்த வாழ்க்கை!!!..
உன் பிரச்சினை வலியில்
மனம் கலங்கும் தருணம்..
தெருவோரம் ஒருவேளை உணவிற்காக
ஏங்கும் மனிதர்களை
நினைத்துப்பார்!!!
உன்வலி கரைந்தே போகும்!!!!
மறதி
என்பது – நோயல்ல
கடவுள்
கொடுத்த வரம்!!!
இது இல்லையென்றால்
மனிதனின் வாழ்க்கை
கேள்விக்குறியாகிவிடும்!!!
தன்னிடம்
கையேந்தி
நிற்பவருக்கு
ஈகை கொடுப்பவனே
இவ்வுலகின்
முதல் சுயநலவாதி!!!!...
ஒருவரைப் பார்த்து

உனக்கு எவ்வளவு

தலக்கணம்

எனக் கொளல்பவரே!!!

உண்மையில்

அவர்களின்

தலைமேல் உள்ள

கணத்தைப்பற்றி

அறிவீரோ???...

ஆடையாக

மாறுவதற்கு

ஒரு பருத்தி

பல வலிகளை

கடந்தாக

வேண்டும்...!!!

துரோகம்

நிறைந்த

இவ்வுலகில்

உன் எதிரியின்மேல்

மட்டுமே நம்பிக்கை வை!!!

சிலநேரங்களில்

உன் நிழல்களைக் கூட

நம்பாதே!!!

காசு

வாங்கிக்கொண்டு

நடிக்கும்,விளையாடும்

பிரபலங்களை

கொண்டாடும் நாம்??

எவ்வித எதிர்பார்ப்புமின்றி

நமக்காக உழைத்த ,உழைக்கும்

தலைவர்களை
நினைத்துக்கூடப் பார்ப்பதில்லை!!!!
ஆதனாலோ
நம்மை யார்வேண்டுமானாலும்
எளிதில்
அடிமைப்படுத்தி விடுகிறார்கள்???
எந்த
ஒரு உணவும்
நாம் உண்ணும்
நிலைக்கு மாற
இயற்கைவிழைவு
செயற்கைவிழைவு
என பல படிநிலையை
கடந்தாக வேண்டும்...
வாழ்வும் அப்படித்தானே!!!
துயரத்தில்
தோல் கொடுக்க
நல்ல தோழமை..!!!
கஷ்டத்தில்
கண் துடைக்கும்
அன்பு கரம்..!!!
அரவணைத்து
ஆறுதல் சொல்ல
அழகு உள்ளம்..!!!
இறுதிவரை
உடன் போராடும்
நல்ல துணை...
வேண்டும்..!!!
நீ கடன்

வாங்கும்போதும்
வழங்கும்போதும்
தோன்றும்
மகிழ்ச்சி ஒரு மாயை!!!
திரும்ப பெறும்போதும்....
கொடுக்கும் போதும்....
ஏற்படும் வலிகளே
மெய்யானது!!!
மாணவர்களின் எதிர்காலத்தை
தீர்மானிப்பது ஏதோ படம்
பதித்த நோட்டு...
போராடும் மக்களின்
வாழ்க்கையை தீர்மானிப்பது
காந்தியின் படம் பதித்த
நோட்டு!!!
உன் மீது
சினம் கொள்பவர்
உன்னை அளவுக்கதிகம்
நேசிப்பவர்,
வெறுப்பவர் மட்டுமே
இருவரையும் மறவாதே!!!

8. தாய்மை

புலி
தங்குவதும்
குகையில் தான்!!!
குழந்தை தங்குவதும்
குகையில்(கருவறை) தான்!!!...
என் முதல்
அழுகையை கண்டு
மகிழ்ந்தவள் நீ !!!....
என் முதல்
புன்னகையை உணர்ந்தவள் நீ !!!....
உயிர் கொடுத்தவள் நீ !!!
உருவம் கொடுத்தவள் நீ !!!
இவ்வுலகை தந்தவள் நீ !!!
என்னை - அழவைப்பதும் நீ !!!
ஆளவைப்பதும் நீ ..!!!
என் முதலும் நீ !!!
முடிவும் நீ !!!
இவ்வுலகில்
தனக்கென வாழா
பிறருக்காய் ..என்றொரு ஜீவன்
உண்டென்றால் அது
தாயாக மட்டுமே
இருக்க முடியும்...!!!!
தங்கம்
சிலரிடம

அளவிற்கதிகமே இருக்கும்!!
சிலரிம்
தேவை அளவிற்கூட
இருக்காது
என்னிடம் உள்ள
தங்கச்சிகரம்
போல் உலகில் எங்குமே இல்லை!!
ஆனால், என்
தங்கச்சிகரம்
வாழ்வதேனோ தகரத்தில்
தான்???
புவியீர்ப்பு விசையை விட
அதிக ஈர்ப்பினையுடைய
கண்கள்..!!!
வானில் அதிரும்
இடியை போன்ற பேச்சு..!!!
அளக்கமுடியா சக்தியுடைய
மின்னல் போன்ற வீரம்..!!!
கேட்காமலே கொடுக்கும்
மழையை போன்ற
உள்ளம்..!!!
ஓலைக் குடிசை ஓரத்தில்
நீ புன்னகையோடு
சமைக்கும் சாப்பாடு..!!!
பசியோடு யார் வந்தாலும்
அவர்கள் வயிறார வைத்து...
அந்த நெஞ்சங்களை வாழ்த்த
வைக்கும் உன் அன்பு உள்ளம்....
உன் சிற்பக் கைகளால் எங்களை

அழகான சிலைபோல் செதுக்குகிறாய்...
உன் அன்பிற்கு ஈடேதுமில்லை
இவ்வுலகில்..!!!
உன் உள்ளம் விண்ணைப்பிளக்கும்
சிகரம் போன்றது...!!!
இவ்வுலகில்
வற்றாத நீர்
உண்டென்றால் - அது
தாயின் கண்ணீராகத்தான்
இருக்க முடியும்....!!!
குழந்தையின் அழுகைக்கு
தாலாட்டும் - தாயே
உலகின் முதல் பாடகி....!!!
குழந்தையை அழகூட்டி
ரசிக்கும் - தாயே
உலகின் முதல் ஓவியக் கலைஞர்...!!!
குழந்தைக்கு பேச்சு
கற்றுத்தரும் - தாயே
உலகின் முதல் ஆசிரியர்..!!!
வாழ்வின் எதிர்நீச்சல்
கற்றுத்தரும் - தாயே
உலகின் சிறந்த படைத்தளபதி..!!!!
உலகை வெல்லும் வீரத்திருமகனை
அறிமுகம் செய்பவள் நீ..!!!!
எத்துணை முறை
காயப்படுத்தினாலும்....??
எத்துணை முறை
அவமானப்படுத்தினாலும்.....??
எத்துணை முறை

துன்பப்படுல்தினாலும்....??
மீண்டும் மீண்டும்
அன்பை கொடுக்கும்
உறவுண்டெனில் - அது
தாயன்பு மட்டுமே..!!!
சுயநலத்துடன்
வாழும் தன்
குஞ்சிகளுக்கு...
தனக்கு கிடைத்த
உணவையும்
பகிர்ந்தளிக்கிறது
தாய்க்கோழி..!!!
ஒரு செல் உயிராய்
இருந்த நம்மை
பல செல் உயிராய் வளர
அடைக்கலம் கொடுத்தது
தாயின் "கருவறை"..!!!!
பரணி
வென்றவன் கூட
தோற்றுத்தான் போகின்றான்...??
அன்பு நிறைந்த
பெண்ணிடம்(தாய் , மனைவி)..!!!!

9. பெண்மை

தெருவோரம்
நாய்ஒன்று
அழகுமிகுந்த
குட்டிகளை ஈண்டது!!
எடுத்துச்செல்ல
யாருமில்லாமல்
வாகனத்தில் சிக்கி
உயிர்நீத்தது...
ஒரே ஓர்
பெண்குட்டி????
இறை தேடிச்சல்லும்
பெண் குருவிக்காக
யாமம் வரை
காத்திருக்கிறது
குஞ்சுக்குருவிகளும்
தந்தைக்குருவியும்???
பிறந்ததும் - பெண்தானா
என்ற கேள்வி..??
பெண்தானே வீட்டுவேலை
செய் என்ற ஆணை..!!
குறிப்பிட்ட வயதானதும்
பூப்படையவில்லையா
என்ற கேள்வி ..??
இதை கடந்தால்
இன்னும் திருமணம்

செய்யவில்லையா
என்ற கேள்வி..??
பின் - இன்னும்
குழந்தை இல்லையா
என்ற கேள்வி..???
குழந்தை பிறந்தவுடனும்
பெண்குழந்தை தானா
என்ற கேள்வி???
இந்த சுழற்சி
எப்போது நிற்கும்..??
பெண்ணின் வாழ்க்கை
முழுவதும் கேள்வியாலே
கேள்விகுறியாகிறது..!!!!
நான் இல்லையேல்
உண்ண உணவில்லை..!!!
நான் இல்லையேல்
அழகு பூக்களில்லை..!!!
நான் இல்லையேல்
ருசிக்கும் கனிகளில்லை..!!!
நான் இல்லையேல்
உலகில் இனப்பெருக்கமில்லை..!!!
மனித உயிர்களிடத்தில் மட்டும்
பெண் என ஒதுக்கும்
மானிடருக்கு சமர்ப்பணம்.!!!!

10. தனிமை

என் வாழ்வில் கல்லூரி
என்ற கடலில்
விழுந்தேன்..!!!
அதில் போராடி
பயணம் செய்து - பல
உறவுகளைப் பெற்றேன்.!!
முத்துகள் போன்ற நட்பும்...
பாசி போன்ற காதலும் ...
கிடைத்தன..!!!
பிரிவு என்ற
ஆழிப்பேரலை
என்னை கரைக்கு
அடித்துச் சென்றது.....!!
நானோ கரையில்..
முத்தும் பாசியும்
ஆழக்கடலினுள்...!!
மீண்டும் போராடி
கடலினுள் சென்று ,
முத்தையும் , பாசியையும்
அடைந்தேன்..!!!!
வறட்சியால் கடல்
தீவாகியது...
முத்து என்னுடனே இருந்தது...
பாசியோ இறந்து போனது..!!!!
நம்பிக்கைக்குரியவர்கள்,

ஏமாற்றும் போது!
ஏளனம் செய்யும் போது!
துன்பம் விளைவிக்கும் போது!
துரோகம் செய்யும் போது!!
நம்பிக்கையை இழந்து
மனம் தேடும்
தனிமையை...!!!
அனைத்து
சிக்கல்களுக்கும்
தீர்வு தரும் ஆயுதம்
தனிமை!!
குள்ளநரி போன்று சதி
செய்வதை விட
புலியைப்போல் தனித்து
திரிவதே மேல்..!!!
மண்ணோடு போராடியே
வெளியே வந்தேன்!!
தனியாகவே வளர்ந்தேன்
தனியாகவே நின்றேன் - என்
நிழலை பயன்படுத்திக்கொண்டார்கள்
கனியை பறித்துக்கொண்டனர்
முழுவதும் பயன்படுத்திவிட்டு
பரிதவிக்கவிட்டனர்!!
காலம் கடந்தும் தூணாய் நிற்கும்
தனிமரம் நான்!!!
தனிமரம் நான்!!!
தனிமை தனிமை - என்
மனம் தேடும் தனிமை..!!!
பல இழப்புகள் பெற்ற - என்

மனம் தேடும் தனிமை...!!!
பிரிவு...சோகம்...பிரிவு..சோகம்
என்ற தொடர்வண்டியால்
தொடரும் - என் தனிமை..!!!
எங்கும் தனிமை...
எதிலும் தனிமை...
வாழ்வை சிந்திக்க
வைத்த - என் தனிமை..!!!
வாழக்கற்றுகொடுத்த- என் தனிமை..!!
காதலும் தனிமை..??
நட்பும் தனிமை..??
உறவுகள் என்பது
மாயை!!!
முழுவதும் நம்பி
காயம்..
ஏமாற்றம்...
துரோகம் ....
அடைவதை விட....?
தனிமையினை
நம்பி மகிழ்ச்சியாய் வாழலாம்!!
தனிமை ....
வடிவமற்ற மனிதனை
அழகுபொருந்திய
சிற்பமாய்
மாற்றும் கருவி...!!!

11. பிதா

• 60 •

இருளினில் வாழ்ந்த
எனக்கு
கண்கள் மூலம்
ஒளி தந்தது நீ...!!!!
மௌனமான
என் மனதுக்கு
ஓசை தந்தது நீ..!!!
பரணி வெல்லும்
வீரம் தந்தது நீ...!!!
நான் யார்
என்றுணர்த்தி
மெய்யை
தந்தது நீ..!!!!
வறியவற்க்குதவும்
ஈகை என்ற
அன்புக்கரம்
தந்தது நீ...!!!
பார் அனைத்தும்
ஆழும் நம்பிக்கை
தந்தது நீர்...!!!
வாழ்வினில்
துன்பம் வரும்போதெல்லாம்
மனம் தேடுவது
தந்தையின் அரவணைப்பும்
ஆறுதலுமே....!!!

நீர் என் அருகில்
இருக்கும் வரை - நான்
உம்மை புரிந்துகொள்ளவில்லை...???
புரிந்ததும் - நீ
பிரிந்ததேன்..!!!
உம்மை போல் அன்பு
காட்ட யாருமில்லை..!!
உம்மை போல் கோபம்
கொள்ள யாருமில்லை..!!!
உம்மை போல்
அரவணைக்க யாருமில்லை..!!!
எனக்கு கிடைத்த
உன்மையான அன்பை
தொலைத்து விட்டு
பொய்யான உறவுகளிடையே
சிக்கித்தவிக்கின்றேன்..!!!
உன் தோள் சாய்ந்து
என் சோகம் மறக்க
மனம் தவிக்கிறது..!!!
உன்னை கட்டியணைத்து
கதறியழ கண்கள்
துடிக்கின்றன..!!!
உன் அன்பு
வார்த்தைகள் கேட்க
செவிகள் மிதக்கிறது..!!!
இவ்வலகிற்கு என்னை
வரவேற்ற அந்த கரம்
பிடிக்க என் கரம்
தேடுகிறது..???

நீ இருக்கும் வரை
உன்னிடம் எதுவும்
கேட்டதில்லை...??
இப்போது கேட்க
மனம் துடிக்கிறது - கொடுக்க
நீயின்றி..!!!

12. ஆண்மை

ஓர் பெண்ணின் சிரிப்பினில
ஏமாற்றம் இருக்கும்...!!!!
ஓர் குழந்தையின் சிரிப்பினில்
மகிழ்ச்சி இருக்கும்...!!!
ஓர் ஆணின் சிரிப்பினில்
துக்கம் சோகம்
வலி ஏமாற்றம்
என பல மர்மங்கள்
மறைந்திருக்கும்.....!!!!